என் சிந்தனை சிதறல்கள்

எல். ஞான செல்வம்

என் சிந்தனை சிதறல்கள்

(கவிதைகள்)

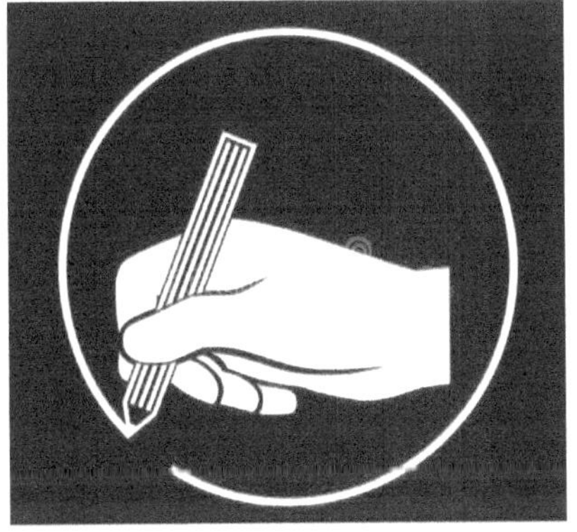

- எல்.ஞான செல்வம்

பொருளடக்கம்

பொருளடக்கம்

அணிந்துரை

முக்கடல் சங்கமிக்கும் குமரி மண்ணில் இயற்கை எழில் கொஞ்சும் செம்மன்விளை எனும் சிற்றூரில் பிறந்தவர் திருமதி. ஞான செல்வம் .சீரும் சிறப்பும் பெற்ற குடும்பத்தில் கடைக்குட்டி மகளாய் பிறந்தவர்.செல்வம் என்று எல்லோராலும் அன்பாக அழைக்கப்படுபெவர்.

இவரின் சிறு மற்றும் வாலிப வயது வாழ்க்கை புனித அந்தோனியார் ஆலயம். அதன் அமைப்புகளின் வளர்ச்சியை சுற்றியே இருந்தது. சிறுவயது முதலே அவரை எனக்குத் தெரியும். "ஏழையின் சிரிப்பில் இறைவனைக் கைணலாம". ஏழைக்கு இரங்குகிறவன் இறைவனுக்குக் கடன் கொடுக்கிறார் என்ற வாசகங்களின் படி ஏழைகளிடம் அன்பு கொண்டவர். தேவையில் இருப்போரை அடையாளங்கண்டு ஓடோடி வந்து உதவி செய்யும் குணம் படைத்தவர். சமுதாய முன்னேற்றத்தில் அதிகம் அக்கறை கொண்டவர்

எங்கள் ஊரில் உள்ள மக்களின் சேமிப்பு பழக்கத்தை அதிகப்படுத்தி

"வாரச்சீட்டு" நடத்தி மக்களின் சேமிப்பு உயர உதவியவர் கதைகள், கட்டுரைகள்,கவிதைகள்,நாவல்கள் எழுதுவதில் வல்லவர். கதைகள் எழுதுவதில் மிகுந்த ஆர்வம் கொண்ட கதையாசிரியர் செல்வத்தின் கதைகள், கவிதைகள் வாசகர்களின் சிந்தனையை தூண்டுவதாகவும்,கற்பனை திறனை வளர்ப்பதாகவும் இருக்கிறது. இவரின் படைப்புக்களான ஒவ்வொரு கவிதைகளும் வாசகர்களின் மனதில் நிலையான இடம் பெறும் என்பதில் எள்ளளவும் ஐயதில்லை

"யாமறிந்த மொழிகளில் தமிழ்மொழிப்போல்

இனிதாவது எங்கும் காணோம்...."

இன்றைய இளைய சமுதாயம் தமிழை நேசிக்க இவர் கதைகள் ஊக்கமளிக்கும். இவரின் சமூக சிந்தனை வாசகர்களின் மத்தியிலும் உலா வரும்

என்பதில் ஐயமில்லை இவருடைய எழுத்துப் பணி சிறக்கவும், வானுயர புகழ்ப்பெறவும் வேண்டுமென்று வாழ்த்துகிறேன்......

அன்புடன்,

ம.சலோமி சார்லி **M.A B.ED**

சிங்கப்பூர்

முன்னுரை

இயற்கையின் ஸ்வரத்தை

இதயங்களின் விதைக்க....

மனங்களின் அதிர்வை

உலகோரில் கலக்க....

விடியலின் கீதத்தை

விருட்சமாய் படர்த்த.....

தன்னம்பிக்கை வரிகள்

தரணி எங்கும் முழைக்க

எழுதுகிறேன் ஓர்கீதம்

அதுவே...

என் சிந்தனை சிதறலின் நாதம்.....

அன்புடன்

-எல்.ஞான செல்வம்

முகவுரை

•

• xiv •

1. மழை துளி....

நீராவி முகிலாகி

முகிலினங்கள் விளையாடி

சாரல் சாரலாய்...

மண்மீது தலைசாய்க்கும்

மழை துளியே!...

கரும் மேகம் சூழ்ந்திங்கு

வரும் மேகம் எதிர்கொண்டு...

வளம் சேர்க்க பூமிதாயின்

மடி மீது விளையாட வரும்

மழை துளியே!...

நிலமகளை சரியாக்கி

மனித வாழ்வை வளமாக்கி

வசந்தங்கள் வந்தாள

மண்ணில் வந்தாடும்

மழை துளியே!...

பயிரதனை முத்தமிட்டு

பலரின் வாழ்வுக்கு வளமிட்டு

பண்படுத்தி பயிர் செய்ய

வயல் மீது வந்திறங்கும்

மழை துளியே!...

நீல வானிலே

மங்கள இசை முழங்க

தங்க இடம் தேடி

தரணி வந்து சேர்ந்து

மழை துளியே!...

நின் வரவால் பூமியில்

நித்தமும் சூழ்ந்தது செழிப்பால்!...

நின் செயலால் பலர் வாழ்வில்

சத்தங்கள் குறைந்தது உழைப்பால்!...

2. கடலன்னை

• 5 •

கடல் அலைகள்

கலங்குகிறதே...

யாரை தேடி அலைகிறதோ!...

கண்டுபிடிக்க முடியாமல் தான்

கரை தேடி வருகிறதா!...

கடல் மடியில்

தூங்க தான்

நிலவு மகள் வருகிறதா...

நிலவு மகளை அணைக்க தான்

கதிரவனை துரத்தியதா!...

வான வெளியில்

ஆயிரம் ஒளி சிதறல்கள்

கொட்டி தருவதால் தான்

சூரியனை அணைக்கிறதா!...

சூரியனை அணைப்பதால் தான்

இருள் வந்து துடிக்கிறதா!...

உன்னால் தான்

பகலும் இரவும் பிறந்ததுவா?...

பகலும் இரவும்

பிறந்தால் தான்...

பூவுலகம் சுழன்றதுவா?...

முத்தும் பவளமும்

முக்கியதால் தான்

இத்தனை ஜொலிப்பு பெற்றனவா?...

அத்தனை அழகையும் மொத்தமாய்

கடல் அன்னை தான்

கொடுத்தனவா?...

கொட்டி கிடக்கும்

வளங்களை எல்லாம்

குத்தகைக்கு பெற்றாயா?...

குத்தகைக்கு எடுத்ததால் தான்

கூட்டம் கூட்டமாய்...

போகிறாயா?...

கடலுக்கடியில்

நூறு புகையல்கள்

கூட்டம் கூட்டமாய்

கொட்டி கிடக்குதே!...

பாதுகாத்தா...

பல தலைமுறையும்

பார் முழுதும் சிறக்குமே!...

3. மருத்துவர் தினம்

நேரம் காலம் பார்க்காம...

ஓய்வு உறக்கமில்லாம...

உழைச்சி எங்களோட

உயிர் காத்தோனே!...

அன்பு நேசம் பாராட்டி

பண்பு பாசம் ஊட்டி

பழகி எங்கள் கஷ்டத்தில்

தோள் கொடுத்து நின்றோனே!...

உயிருக்காக தஞ்சம் என்று வந்தோ...

தன்னலமின்றி காத்து...

சேவையாற்றி மண்ணின்

மகனாய் சிறந்தோனே!...

தன்னலத்தை மொத்தமாய் களைந்து

பிறர் நலத்தை போர்வையாக்கி

பல குடும்ப விளக்கை

அணையாமல் காத்தோனே!...

கொரோனாவுக்கு எதிரான போரில்

உயிரையும் பணயம் வைத்து

உலகோரின் உயிரை

காத்து நின்றோனே!...

நின் பணி சிறக்க...

நின் சேவை செழிக்க...

மென் மேலும் உழைக்க

இறைவரம் வேண்டி நிற்கின்றோம்...

என்றும்

மண்ணில் மலர்ந்த

மனித சமுதாயம்!...

4. கொரோனா

வுகாணத்திலே உதயமாகி

உலகத்தையே உருக்குலைத்த

கொடிய அரக்கனாம்

கொரோனா!...

கண்ணுக்கு தெரியாமல்

காற்றிலே கலந்து நின்று

காண்போரையெல்லாம் கதி கலங்க

செய்தாயே!...

உலகமே வியந்து நின்ன

விஞ்ஞான வளர்ச்சிக்கே

சவால் விட்டு

கொக்கரித்து போனாயே !..

ஆதி முதல் இன்று வரை கொடிய

நோய்கள் பல வந்து போயின...

மனித உயிரை மட்டும்

கொத்து கொத்தாய் கொண்டு போயின...

அவ்வழியே தான்

நீயும் இங்கு வந்தாயோ!...

மனித இனத்தை மட்டும்

மொத்தமாக அள்ளி சென்றாயோ!...

உலக மனித இனமே

நாம் ஒன்றுபட...

இறைவன் தந்த வாய்ப்பே

கொரோனா?...

உக்கிரத்தின் உச்சமே

மனித இனத்தின் மிச்சமே

விழித்து கொள்...

கோப கனவில்

இறைவனின் தாண்டவமே

இந்த கொரோனா!..

உலகையே அழித்து விட்ட

கொடிய வைரஸ் கொரோனா?...

நாட்டின் வளர்ச்சியையே ...

நொறுக்கி விட்ட பாதகன்...

நம்மை நெருங்காமலிருக்க

கைகளை சோப்பு நீரில் கழுவுவோம்

தனி மனித இடைவெளியை

வாழ்வாக்குவோம்...

இணைந்திருப்போம்

இயன்றவரை!...

இனியேனும்,

இறைவனின் கருணை வேண்டி!...

5. செடி

பூமி தாயின் மடி மீது

புதைந்து சிதைந்து மண் மீது கலந்து

விதையாக உருப்பெற்று

விறிட்டு எழுந்து நின்ற விருட்சமே!..

செங்கதிரவனின் உதிரத்தை குடித்து

பூமிதாயின் அமுதத்தை எடுத்து

பச்சை பட்டாடையில் ஒளித்து

ஜொலித்து படர்ந்து நின்ற செடியே!...

இயற்கையின் இலவசத்தை

இயன்ற வரை எடுத்து

ஏரி குளங்களெல்லாம் முழைத்து

எழில் கொஞ்சும் பூவை பிரசவித்தாயே!...

மங்கையின் மனதை கவர்ந்து

மயக்கும் மலராக பரவி விரிந்து

காதலனின் கையில் தவழ்ந்து

அன்புக்கு பரிசாய் அமைந்தாயே!...

திருடி ஒவ்வொன்றாய் அடுக்கி

திரட்டி தேனை உருவாக்கி

சேர்த்து வைத்த செல்வத்தையே

வண்டதனை பருக விட்டாயே!...

ஒரு நாள் மலர்ந்து

மறு நாள் மடிந்தும்

காயாகி கனியாகி பலன் கொடுக்க

முடியுமென நிருபித்து நின்றாயே!..

6. வயல் வெளி

தென்றலின் அணைப்பில் மெய்மறந்து

தலையசைத்து விளையாடிய நெற்கதிர்- அதை

அலுக்காமல் குலுக்காமல் இங்கு

அணைத்து ஆடுது சூரிய கதிர்!...

பச்சை கம்பளத்தில் நில மகளை

போர்த்தி அணைத்தது புல்வெளி- இங்கு

இச்சையோடு பார்க்க தூண்டும்

இதய குடிவாய் வயல் வெளி...

புல் மணியின் தலை சுமையில்

நெல்மணிகள் நாட்டியமாட-அதை

கண்மணிகள் காவியமாக்கி

கவிதை வரியாய் நெஞ்சில் பாட...

நிலமகளின் மடி மீது புகுந்து

விளையாடுது மண்புழு-அங்கு

பயிர் மகளின் வளர்ச்சிக்கு

பங்கு கொடுக்கிற உழவனாகிறது...

தாயின் மடி மீது குழைந்து

தாவி ஓட துடிக்குது நீர்துவாலை -அதை

வேரினங்கள் வளைத்து

உயிர் துடிக்குது நெல் மாலை...

இயற்கை எழில் கொஞ்சும்

இச்சோலை - மனித வாழ்வில்

செயற்கை எத்தனை வரினும்

எழில் பெறுமே பூஞ்சோலை!...

7. செல்போன்

உலகத்தையே சுருக்கி

உள்ளங்கையில் அடக்கி

ஊரையே மயக்கி

உன்னுள்ளே பொதிந்து வைத்தாய்!...

உள்ளத்துக்குள் பதுக்கியிருந்த

பள்ளங்களை செதுக்கியெடுத்து

கள்ளம் கபடமின்றி...

ஊருக்குள்ளே உலவ விட்டாய்!...

ஆயிரமாயிரம் விசயங்களை உன்னுள் அடக்கி

ஓராயிரம் மனிதனை சிறை பிடித்து

தாராளமாய் செய்தியை அது தெளித்து

தனக்கென ஒரு இடம் பிடித்தாய்!...

படித்தவனுக்கு பல வேளை பாரமாய்...

படைப்பாளிக்கு என்றும் தெய்வமாய்...

படிக்காதவனுக்கோ ஒரு வேதமாய்...

பார் உலகில் நீ பவனி வந்தாய்!...

தேடினால் கிடைக்காத செய்தியில்லை

பாடினால் கேட்காத மனமுமில்லை

வாடினால் ஆறுதலுக்கு பஞ்சமில்லை

வாழ்க்கையை கெடுக்கவும் நீ தயங்கியதில்லை...

உன்னுள் புதைந்து சிதைந்தவர் ஏராளம்

வாழ்ந்து ஜெயித்தவரோ இங்கு தாராளம்

நீ இல்லையெனில் உலகமே நின்று விடும்

பலரோட வாழ்வும் பாழாய் போய்விடும்...

உறவுகளை உடனழைத்த காலம் போய

உள்ளங்கைக்குள் உன்னை சுமந்து

உலகையே தன்னந்தனியாய் வலம் வர

முடியுமென தன்னம்பிக்கையை விதைத்தாயே!...

உன்னுள் புதைந்து கிடக்கும் புதையலில்

பொக்கிஷத்தை கையிலெடுத்தால்...

புகழ் பெற்று வளம் சேர்க்கின்றாய்...

புரியாமல் புதைந்து விட்டால்...

புதை குழிக்குள் மாட்டி விடுகிறாய்...

8. கர்ம வீரர்

சட்டங்கள் ஒன்றும் கற்றதில்லை

பட்டங்கள் எதையும் பெற்றதில்லை

திட்டங்கள் மட்டும் பல தீட்டி

தீவிரமாய் அரசியல் செய்தவரே!..

பங்களாக்கள் ஒன்றுகூட கட்டியதில்லை

சொகுசு வாழ்க்கை என்றும் வாழ்ந்ததில்லை

குடிசை வீட்டில் வாழ்ந்தவனை

குபேரனாக்க துணிந்தவரே!...

தன்னலம் கொண்டு எதனையும் செய்ததில்லை

பொதுநலம் மறந்து நடந்ததில்லை...

மக்கள் நலம் ஒன்றே குறிக்கோளாய்

மாறா அன்பில் சிறந்தவரே!...

பட்டினியால் வாழ்ந்த பசங்களுக்கு

கிட்டியது சத்துள்ள உணவு...

பசியாற்றி குளிர வைத்தது நம்

ஐயாவோட கனவு!...

ஏழை கல்விக்கு ஒளியேற்றினாய்...

மழலை முகத்துக்கு சுரம் ஏற்றினாய்.....

நாட்டு மக்களுக்கு நன்மை செய்து

மண்ணோருக்குள் மாணிக்கமானவரே!...

இயற்கை கொடையான மழைநீரை

இயன்றவரை சேமித்திட...

அணைகள் குளங்கள் உருவாக்கி

அனைவரையும் அணைத்து நின்றீரே!...

பதவி புகழ் வந்து நின்றாலும

பண்பால் வழிவிட்டு

பார் சிறந்த தலைவர்களை

இந்திய நாட்டுக்கு பிரதமராக்கியவரே!..

விருதுநகர் ஈன்றெடுத்த முத்தே

தமிழ்நாட்டின் வியத்தகு சொத்தே

உன் மேல் நோக்கு சிந்தனையால்

தமிழனை தலைநிமிர வைத்தவனே!...

படிக்காத மேதையாகி...

படித்தவனுக்கே பாடமாகி...

பண்பட்ட மனிதராய்...

பார் உலகில் பவனி வந்தவனே!...

உன்னை இழந்து

பாரத தேசம் கலங்கி நிற்கிறது

நீ மறுபடியும் பிறப்பெடுத்து

வரமாட்டாயா என ஏங்கி தவிக்கிறது!...

9. தன்னம்பிக்கை

கை தேர்ந்த சிற்பியின்

உளியாய்...

படுபயங்கரமாய்...

சித்திரவதை அனுபவித்து

வேதனையும் வலியையும்

தாங்கிநின்று வெளிவந்த

சிற்பம் நான்!...

பல நாளாய்

மண்ணாலும் கற்களாலும்...

புழு பூச்சிகளாலும்...

சிதைக்கப்பட்டு...

நொறுக்கப்பட்டு...

போராடி வெளிவந்த

விருட்சம் நான்!...

அருமை தெரியாமல்

வறுமையை வைத்து கொண்டு

தேவை புரியாமல்

அர்த்தமே இல்லாமல்

பூமிக்குள் புதைத்து

வைக்கப்பட்ட

புதையல் நான்!...

கவிஞனின்

எண்ண சிறைக்குள்

பல வருட தாக்கத்தாலும்...

வலியாலும்...

சிந்தனை துடிப்பாலும்...

வெளிவந்த ...

கவிதை துளி நான்!...

கரும் மோக சிறையில்

அல்லல்பட்டு...

அலங்கோலப்பட்டு ...

மேக கூட்டத்துக்குள்,

முடங்கி போன...

மழை துளி நான்!...

சிறந்த ஓவியனால்

வலிகளாலும் வண்ணங்களாலும்...

தாக்கத்திற்கு ஆழ்பட்டு

பண்பட்டு... பக்குவப்பட்டு...

வெளிவந்த ...

ஓவியம் நான்!...

• 45 •

வானில் உலா வரும் கதிரவனாலும்

பௌர்ணமி நாள் சந்திரனாலும்

நித்தமும் பதுக்கப்பட்டு...

ஒதுக்கப்பட்டு...

வானில் இதுவரை...

மறைத்து வைக்கப்பட்ட...

வானவில் நான்!...

வருடக்கணக்காய்

பூமிக்கடியில்

புதைந்து ... சிதைந்து ...

அழுத்தத்தாலும்...

இறுக்கத்தாலும்...

வெளிவந்த

அழகியவைர கல் நான் !...

இன்று தான்

என் பணி புரிகிறது...

வழிகளும் தெரிகிறது...

இனி,

என் பாதை,...

ஒளி பெற்ற சிற்பமாய்...

கலர் பெற்ற ஓவியமாய் ...

உடைக்கப்பட்ட விதையாய்...

சிதறப்பட வானவில்லாய்

கலைக்கப்பட்ட மழைத்துளியாய்...

தீட்டப்பட்ட வைரமணியாய்...

நிச்சயம் மாறும்...

என் விடியல் - இனி,

விடிவெள்ளியாய் மின்னும்

இருள் சூழ்ந்த நிலையிலும்...

பௌர்ணமியாய் மிளிரும்...

அதுவரை - என்

போராட்டம் தொடரும்...

10. தேசிய கொடி

வானில் வசந்தமாய் பறக்குது அழகு கொடி...

வாசனை மலர்களை தூவும் அன்பு கொடி...

வேற்றுமை மனிதர்கள் கலந்த நாட்டில்...

ஒற்றுமை சொல்லி மகிழும் கொடி...

மண்ணில் வளத்தை சுட்டும் கொடி...

கண்ணில் கனவை சுமக்கும் கொடி...

அவமானத்தை துடைத்து எறிந்த கொடி...

• 51 •

சமாதானத்தை நம்மில் விதைத்த கொடி...

இன்னுயிரையும் நீத்து பெற்ற கொடி...

மன்னுயிரையும் வாழ வைத்த கொடி...

மதங்கள் பல மண்டி கிடப்பினும்

மனிதர்கள் நாமென உணர்த்தும் கொடி...

மங்கள ஓசை முழங்கி

மக்களாட்சிக்கு வழிகோலிய கொடி...

கொடிகாத்த குமரன் பிடித்த கொடி...

குருதி சிந்தி வாங்கி தந்த கொடி...

காந்தி மகான் கரங்களில் பூத்த கொடி...

காவியமாய் அகிம்சையை நெஞ்சில் விதைத்த
கொடி...

வெள்ளைகாரனை விரட்டியடித்த கொடி...

கொள்ளைகாரனை நாட்டை விட்டு துரத்திய
கொடி...

இந்திய தாயை உலகே புகழ...

இமயத்தின் உயரத்தில் நின்ற கொடி...

விந்திய மலையின் வாசத்தை

உலகுக்கே சொன்ன கொடி...

நாட்டின் பசுமையை வளர்ச்சியை

பறை சாற்றிய அன்பு கொடி...

காட்டின் வளத்தினை அழகினை

கடல்தாண்டி போக உதவிய கொடி...

இளமையின் குருதி குடித்து

முதுமையின் அகிம்சை பொறித்து

இறப்புகள் பல கொடுத்து

சிறப்புகள் பல பெற்று

போராடி பெற்ற கொடி அது?...

வானில் அழகாய் பறக்கட்டும்

இன்றும்...

என்றும்...

11. நம்பிக்கை வரிகள்

வீழ்ந்து விட்டோமென

விரக்தியடையாதே மனிதா!...

வீழ்ந்தவன் தான் ஒருநாள்

விழி உயர்த்தி பார்க்கும் உயரத்தில்!...

தாழ்ந்து போனோமென்று

தரம் தாழ்ந்து விடாதே மனிதா!...

தரம் தாழ்ந்தவன் என்றுமே,

தலை குனியும் நிலையில்!...

தோற்று விட்டோமென

துவண்டு விடாதே மனிதா!...

தோற்றவன் கண்டிப்பாக ஒருநாள்

தோள் உயர்த்தி பார்க்கும் சிகரத்தில்!...

மண்ணில் மட்டும் விதை கூட

மறைந்து சிதைந்து தான் முளைக்கிறது!...

விண்ணில் பூத்த நிலவு மகளோ...

கரைந்து குறைந்து தான் வெளிப்படுகிறது!..

உன்னில் தொலைந்து போய் தான்

உலகை ஜெயிக்க முடியும்...

சறுக்கி சறுக்கி எழும்பி தான்

சரித்திரத்தில் இடம்பிடிக்க முடியும்...

உயர்ந்த படியில் நீ ஏறி விட்டால்

உலகம் உன் பின்னால் வரும்

உள்ள களிப்போடு உன் வாழ்வும்

ஊரும் சேர்ந்து உன் கூட வரும்!...

ஒரு நாள் வாழும் மலர் கூட

மணம் பரப்பி போகிறது...

பலநாள் பயணப்படும் பூமிக்கு நீ

எதை கொடுத்து செல்வாயே!...

12. குழந்தை

கண்முடி நின்றேன்

கன்னத்தில் இச்சொன்று கொடுத்தது

பிஞ்சு உதடு,...

பூரித்து போனது உள்ளம்!...

பிஞ்சு விரல் ஏன் விரலோடு

கோர்த்து விரவி நிற்க....

பஞ்சு போன்ற கன்னங்கள்

கன்னத்தில் உராய்வை கூட்ட

சிலிர்த்து போனது மனது!...

மார்போடு அணைத்து

மயில் முகம் வருடி,...

மங்கை என் நெஞ்சில்,

மலர் போல பரவி புரண்டது...

உணர்ச்சியில் உறைந்தே போனேன் நான்!...

தாய் மடி மீது

தாலாட்டு பாடி...

தலை கோரும் போது,...

தங்க மகள் பல் ஈர் தெரிய

சிரிப்பை பரிசாக்கியதும்,...

உடைந்தே போனேன் நான்!...

தாயாக நானும் என்

தாயாக அதுவும் இணைந்திருந்த

அந்த நொடி!...

வாழ்ந்தே விட்டதாக உணர்ந்தேன்...

அடுத்த நொடி,...

திடுக்கிட்டு விழித்தேன்

இது எல்லாமே,

கனவா?...

13. மாசற்ற மடியை தா

இதய வீட்டில் குடியமர்த்தி

இறைவா உம்மை தொழுகின்றேன்....

இன்னல் என் வாழ்வில் வந்தாலும்

இயன்ற அளவு சுமக்கின்றேன்

வலியில் உழலும் போது...

வல்லமையை தா!...

வாய் விட்டு கதறும் போது

வந்துதவி விட்டு போ!...

சுமை தான் வாழ்க்கை என்றால்

சுகங்கள் மறந்து போகும்!..

பகை மட்டும் தான் கிடைக்கும் என்றால்

பாசங்கள் மறந்து போகும்!...

இதயங்கள் கனக்கிறது

இறக்கி வைக்க உன் பாதம் தா!...

மனது தான் வதங்கி போனது

மாசற்ற உன் மடியை தா!...

இறைவா!...

மாசற்ற உன் மடியை தா!...

14. நேரமில்லையே!..

எனக்கு ,

உடலோடு உறவு தந்து...

உயிரோடு உணர்வு தந்து...

இரத்தத்தோடு அன்பு தந்து...

சித்தத்தோடு வழி காட்டி...

என்னை,

ஆக்குவித்தவளே!..

இன்று,

உடலெல்லாம் உருக்குலைந்து

உறவெல்லாம் உடன் பிரிந்து

உணர்வெல்லாம் சிதைந்து

உருமாறி படுத்திருக்கும்

என் அன்னையே!...

உன்னை ,

உடனிருந்து கவனிக்க

இந்த,

கம்பியூட்டர் உலகத்தில்

எனக்கு நேரமில்லையே!...

15. மனிதநேயம் காக்க வந்த வேந்தன்

யாக்கோபு குலத்திலுதித்த விண்மீன்-உயர்

மனிதநேயம் காக்க வந்த செம்மின்

பார் போற்றும் கன்னி வயிற்றுதித்த பாலன் -
மனித

பாவ கறை போக்க வந்த குணசீலன்...

சிங்கார தொட்டினிலே சீராட வேண்டியவன் - பசு

மாட்டு கொட்டையிலே கண்ணமர்ந்த தேவனவன்

நாதியற்றோர் நலிந்தோரை தேற்றிடவே- நல்

நாயகன் யேசு பிறப்பெடுத்தார்...

துன்பமுற்றோர் துயர் துடைக்க முயன்றார்-வாழ்வில்

துயருற்றோர் மத்தியில் உழன்றார்...

நித்தம் மரியின் மடியில் வாழ்ந்தார்-என்றும்

ஏழையோடு ஏழையாக வளர்ந்தார்...

நித்தம் நித்தம் சொல்லி தந்தார் போதனை- அன்பு

மனிதநேயம் படைக்க இங்கே வேதனை

சத்தம் கேட்ட பக்கம் எல்லாம் திரும்பினார்

சாதிவெறியை எல்லாம் மாற்றினார்...

பகைவரை அன்பு செய்ய சொல்லி- நல்ல

பண்பான அறிவுரை நல்கி...

ஏற்ற தாழ்வு பேதமையை நீக்கி - என்றும்

ஏழையோடு ஏழியாகி...

தாவீது வழி வந்த மைந்தன் - நல்

மனித குலம் காக்க வந்த வேந்தன்

தாவீது வழி வந்த மைந்தன் - நல்

மனித குலம் காக்க வந்த வேந்தன்...

16. தோழியின் கடிதம்

தென்றலால் அசைந்தாடும் தென்னங்கீற்று

அதனூடே வானில் தெரியும் ஒளிக்கீற்று...

மின்னி தெறித்திடும் புள்ளி

அதுதான் வானில் விடிவெள்ளி...

கொட்டும் பனி தூரல் - அதனால்

சூழ்நிலை கொஞ்சம் மாறல் ...

வான்வெளியில் தென்றலின் பாடல்-என்

கையில் உந்தன் அன்பு மடல்

வாசித்தேன் பல மணி நேரம் - அதனால்

விரைந்ததோ சில வெளிநேரம்...

சிரிப்பதா?...

அழுவதா?...

என் மனதில் ஒரு தாக்கம்

முடிந்ததோ எட்டு பக்கம்...

புரிந்தது உன் உள்ளத்து உணர்வு - எனக்கு

மறந்ததோ எந்தன் நினைவு...

17. விலைமகளின் மரணம்

அவளின்...

அத்தனை இரவுகளையும்

எவன் எவனோ பறித்தான்

எத்தனை பகலெல்லாம்

இதை நினைத்து கண்ணீர் வடித்தாள்...

மகிழ்வை அவளிடமிருந்து பறித்துவிட்டு

முழுசாய் அவளை கலைத்தான்

இருட்டில் எல்லாம் இழந்து விட்டு

வெளிச்சத்தில் கூனி குறுகி நின்றாள்...

எதற்கு இந்த

சாக்கடைக்குள் சகதியானோமென

தெரியாமல் நாட்களை மட்டும்

கூவி கூவி விரட்டியடித்தான்...

அலுத்து போன வாழ்க்கைக்குள்

சலிப்பு வந்த பிறகும்

சோர்ந்து போய் விடாமல் திரும்ப திரும்ப...

ஏன் முழைத்தாய்...

பகலெல்லாம் உடம்பை பூட்டி விட்டு

மனசுக்குள்ளே தீயை விதைத்தாய்

இரவெல்லாம் உதட்டில் சிரிப்பை பூசி விட்டு

இருட்டில் தீ குளித்தாய்...

உதட்டில் சாயம் பூசி விட்டு

உள்ளத்தை அழுக்காய் வைத்தாய்

ஊராரின் பேச்சுக்கு ஆளாகியும்

உடம்பை ஏனோ விற்கிறாய்...

எதற்கு தான் வாழ்கிறோமென

தெரியாமலே எல்லாவற்றையும்

இழந்தும் கூட...

தினம் தினம் பிறந்து வருகிறாய்!...

மனசும் உடம்பும் சோர்ந்து போய்

முழுசாய் இன்று தான் தனித்திருக்கிறாள்

மனிதா இன்றாவது அவளை

தனிமையில் தூங்க விடு!....

தயவு செய்து

அவள் நித்திரையை

யாரும் கெடுக்காதீர்!...

18. உறவுகளின் உண்மை முகங்கள்

அளவுக்கு மிஞ்சினா அமுதமும்

நஞ்சுணு அப்ப சொன்னான்

அன்பு கூட விஷமாகும்னு

இப்ப புரியுது...

வாரி வாரி வழங்கும் போது

வள்ளல் என வாங்கிடுவான்...

வந்து நின்னு உதவி கேட்டா

வசைப்பாட தொடங்கிடுவான்

அன்புக்கு கூட அளவு உண்டென

அடிப்பட்ட பின் தான் தெரிய வரும்

எதையும் அளவாக வைப்பது தான்

எதற்கும் தீர்வாகும்...

இருந்தாலும் இல்லையென்றாலும்

வீட்டோட வச்சிக்கிட்டா...

இழந்தவன் கூட நம் இருப்பிடம்

தேடி வருவாணு புரியவரும்...

தோத்துட்டு நிக்கும்போது

முயலாதவன் கூட புத்தி சொல்வான்

கெட்ட வழியில ஜெயிச்சா கூட

கடகடணு வாழ்த்து சொல்வான்...

எவனையுமே நம்பாம

இருந்து விட்டா...

இருக்கிற நிம்மதியாவது

மிஞ்சும் என்பேன்...

சொந்த பந்த உறவெல்லாம்

சோதனையப்போ ஓடி விடும்

சோகமான முகத்தோட நீ அலைஞ்சா

துக்க செய்தி வாசிக்க திரும்ப வரும்...

இந்த உண்மை மட்டும்

புரிஞ்சி நீ நடந்துகிட்டா....

ஊரோடு சேர்ந்து

உலகமே உன் கூட வரும்...

19. கடல்

அந்தி வானம் சிவக்க

அள்ளி என்ன தெளித்தாய்...

பொங்கி வந்து ஆட

அலையை என்ன செய்தாய்...

முங்கி எழுந்தால் போதும்

முத்தை கையில் கொடுத்தாய்...

முந்த வந்த எல்லாரின்

முழுங்காலை நீயே நனைத்தாய்...

நம்பி வலையை விரித்தால்

அள்ளி மீனை கொடுத்தாய்...

கரையில் எதிர்பார்த்தவனுக்கு

சங்கையாவது கொடுத்தாய்...

ஆழம் அதிகம் என்றாலும்

அலுக்காமல் கடக்க செய்தாய்...

ஆழ்கடல் தாண்டி சென்றாலும்

அழகிய உலகை பரிசாக்கினாய்...

பிஞ்சு முதல் பெரியவர் வரை

குதித்து ஆட வைத்தாய்...

வலியில் வந்து நின்றாலும்

வலுகட்டாயமாய் சிரிக்க வைத்தாய்...

வந்தவர் யார் என்றாலும்

வாரி வாரி இறைத்தாய!...

பொங்கி நீயே வந்து

கவலையை முழுசாய் கரைத்தாய்!...

20. மழை நீரின் பயணம்

கூவத்துல விழுந்தேன்

நாற்றத்தோட கலந்தேன்...

கடலுக்குள்ள விழுந்தேன்

உப்பை நீரா சுமந்தேன்...

வயக்காட்டுல நானும் விழுந்தேன்

வளர்ச்சியை தானே கொடுத்தேன்...

வேருக்குள்ள புகுந்தேன்

விருட்சமா பரவ செய்தேன்...

பூமிக்குள்ள புகுந்து

குடிநீராய் மாறி போனேன்...

ஓடி ஆடி விளையாடி...

ஆற்று நீரில் கலந்தேன்...

கடைசியில் கடலோடு சேர்ந்து

பிறந்தகம் போய் சேர்ந்தேன்...

21. நம்பிக்கை வரிகள்

வீழ்ந்து விட்டோம் என்று

விரக்தியடையாதே மனிதா!...

மண்ணில் விழ்ந்த விதை தான்

மரமாக வளர்ந்து வரும்...

படைத்தவளை என்றும்

பழிக்காதே சும்மா...

பக்குவப்பட்ட கல்லை தான்

சிலையாக்க முடியும்...

உன் ஒவ்வொரு அடியும்

வாழ்வின் படியாக்கு...

படிகளை நீ மிதித்தால் தான்

பாதையின் வழி பிறக்கும்....

முயற்சியை நீ கூட்டினால்

பயிற்சியை பெறலாம்...

பயிற்சியை வாழ்வாக்கினால்

முன்னேற்றத்தின் தடம் புலப்படும்...

உன்னை நீ தயார்படுத்து

உன் மனதை அதற்கு பக்குவப்படுத்து...

வழிகள் வாய்ப்பாய் முன் நிற்கும் - அதை

முயன்று வாழ்வாக்க நீ பாரு...

உன்னை நம்பி பயணப்படு

உனக்கென ஒரு பாதை எடு

உன்னுள் வெறியிருக்கு-அதை

உலவ கொஞ்சம் வழியை விடு...

தன்னை மதித்து எழுந்து நில்

சிந்தனையோடு நிமிர்ந்து செல்

உனக்கும் ஒரு வெற்றியிருக்கு - அதை

உலகத்துக்கே காட்டி விடு...

உனக்கும் ஒரு வெற்றியிருக்கு - அதை

உலகத்துக்கே காட்டி விடு...

22. கணவனை இழந்த பெண்ணொருத்தி

இருளோடு சேர்ந்து

நானும் உறங்காம இருந்தேன்

இதயத்தில் வலி ஒன்று

இரும்பாய் இறங்கியிருந்தது!...

மலரோடு சேர்ந்து நானும்

வதங்கி போயிருந்தேன்

மனங்களின் இடியொன்று

சுமையாய் இறங்கி நின்றது...

கடலோடு சேர்ந்து நானும்

கலங்கி போயிருந்தேன்...

கணவனை இழந்து

கல்லாய் நின்றிருந்தேன்...

இணைந்து வந்தவர்

இல்லாமல் போய் விட்டார்...

எதிர்கால வாழ்வு

இருட்டாய் விரிகிறது...

இணைந்து நடந்ததையெல்லாம்

இயலாமையோடு நினைக்கிறேன்

பழையதை மறக்க போராடி

பைத்தியமாய் நாளை கழிக்கிறேன்...

பகலெல்லாம் உன்னுடனான பயணம் தான்

நினைவில் நீங்காதிருக்கிறது ...

இரவெல்லாம் உன் அன்பே...

உறங்க விடாமல் செய்கிறது ...

குறைந்த நாள் தான்

கூட வருவாய் என்று தான்

மொத்தமாக என் மீது

அன்பை தெளித்தாயா?...

உன் இதய கூட்டில்

பாதுகாப்பாய் வாழவிட்டு

பாருலகில் தனியாய் ஏன்

விட்டு சென்றாய்...

தனித்திருந்தாலும் உன்னோடு

தானிருக்கின்றேன்...

தவமிருந்து உன் நினைவுகளால்

தாலாட்டுகிறேன்...

தனித்திருந்தாலும் உன்னோடு

தானிருக்கின்றேன்...

தவமிருந்து உன் நினைவுகளால்

தாலாட்டுகிறேன்...

23. குழந்தையின் மழலை மொழி

குட்டி குட்டி பொண்ணு - நான்

குறும்பு கார பொண்ணு...

சேட்டை பல செய்து- மனதை

கிறங்கடிக்கும் கண்ணு...

கோட்டை ஏறி நின்னு - வீர

கொடி பிடிக்கும் வாண்டு ...

கன்ன குழியோரம் - அம்மா

முத்தம் ஒண்ணு தருவேன்...

சொல்ல முடியா மகிழ்வில் - அப்பா

சொக்கி போக வைப்பேன்...

குதிரை சவாரி செய்ய - உன்னிடம்

குதித்து ஓடி வருவேன் ...

மதுரை வீரன் நானே...

மனசோட கூட வருவேனே...

நானே!...

மனசோட கூட வருவேனே...

24. சோக கவிதை

இறைவா?..

நீ கீழே தள்ள தள்ள

இவள் எழுகிறாளே என்று நீ

தினம் வதைக்கிறாயா?...

எத்தனை தோல்வி வந்தாலும்

துவண்டு விடாமல்

திரும்ப திரும்ப முளைக்கிறாளென்று

மறுபடியும் மறுபடியும் விழ வைக்கிறாயா?...

அடி மீது அடி அடித்தாலும்

அத்தனையும் தாங்கி நின்று

அடுத்த அடி வைக்க முயல்கிறாளே என

அடுத்தடுத்து அடிக்கிறாயா?...

தோல்வியின் வலி பொறுத்து

துவண்டு போன மனதை சரிப்படுத்தி

எழுந்து வர துடிக்கும் என்னை ஏன் ?...

மிதித்து தள்ளுகிறாய்...

ஒவ்வொரு படியாக ஏறி வந்து

கடைசி படியில் நிற்கும் போது

கொஞ்சம் கூட இரக்கமில்லாமல்

பறித்து என்னை ஏன் எறிகிறாய்?...

கண்ணுக்கு பக்கத்தில்

காட்சியை காட்டி விட்டு

கவிதையாய் மாறும் போது ஏன்?

கலைத்து விட்டு செல்கிறாய்...

பல வருடமாய் விடியலுக்கு

காத்து நிற்கும் போது

விடிவெள்ளியை ஏன்?

திருடி செல்கிறாய்...

நிறைய வலிகளாலும்

தோல்விகளாலும்...

வடிவமைக்கப்பட்டது தான்

என்னோட திரைக்கதை...

போராடி தான் பார்க்கிறேன்

ஒரு முறையேனும்

வெற்றியை ருசித்து

விட மாட்டேனா?...

வறண்ட பூமிக்கு கிடைக்கும்

மழை போல...

வற்றி போன கிணற்றிற்கு கிடைக்கும்

நிரூற்று போல...

சுட்டெரிக்கும் வெயிலுக்கு கிடைக்கும்

நிழல் போல...

எனக்கும் ஓர் நாள் வெற்றி

கிடைக்க செய்ய மாட்டாயா?...

25. அனாதை சிறுவன்

அம்மாவின் அன்பு மடி.

உன் திருவடி...

என்றும் காணா அருள் மடி...

பிள்ளைக்கு உணவாகும்

உன் ரத்தம்...

என்றும் எனக்கில்லா...

புது இரத்தம்?...

தமிழ் தாய் வாழ்ந்த

திருநாட்டில்...

அன்பு தாயில்லை

என் வீட்டில்...

எல்லா வளமும் பெற்ற

எம் நாட்டில்...

என் அன்னை கிடைப்பது

எந்நாட்டில்!...